BRAZ BOOKS

My First 100 ANIMALS in YORUBA Language and English

Ngozi Theodora Otiaba

Translated by Kehinde Balogun

Copyright © 2023 by **Ngozi Theodora Otiaba**

All rights reserved. No part of this publication may be reproduced, distributed, or transmitted in any form or by any means, including photocopying, recording, or other electronic or mechanical methods, without the prior written permission of the publisher, except in the case of brief quotations embodied in critical reviews and certain other noncommercial uses permitted by copyright law. For permission requests, write to the publisher at the address below:

Published by Braz Books
www.ngoziotiaba.com

Paperback ISBN: 978-1-8383285-8-0
Also available in hardback and e-book versions

Book design: The Art of Communication www.book-design.co.uk
Images: Pixabay.com

This book belongs to

Ẹni tí ó ní ìwé yí ni

Land animals

dog — ajá

cat — ológbò / ológìní

cow — màlúù

horse — ẹṣin

pony — ẹṣin kékeré

pig — ẹlẹ́dẹ̀	goat — ewúrẹ́ / èkérèghè
camel — ràkúnmí / ìbakasíẹ	donkey — kẹ́tẹ́kẹ́tẹ́
ram — àgbò	sheep — àgùntàn

hyena

ìkàrikò

ìkòokò

bush baby

egbére

bear

esì

zebra

kẹ́tẹ́kẹ́tẹ́-abilà

giraffe

àgùnfọ́n

elephant

àjànàkú

erin

Rodents

guinea pig — eku-ẹmọ́

squirrel — òkẹ́rẹ́

rabbit — ehoro

grasscutter — ọ̀yà

porcupine — òòrẹ̀   òjìgọ́n

Sea and water animals

fish — ẹja

hippopotamus

ẹṣin-omi — akáko

turtle

awun odò

crocodile

ọnì

crab

akàn — alákàn

lobster — alákàsà akọ-edè	**sea horse** ẹṣin odò
starfish ẹja oníràwò	**sea lion** òkun kìnìún
crayfish — edé	**octopus** ẹja elésè

Birds

swallow bird
alápàǹdẹ̀dẹ̀

duck pẹ́pẹ́yẹ

pigeon

ẹyẹlé

sparrow

ẹyẹ ológoṣẹ́

parrot
odídẹrẹ́
oódẹ

Insects

mosquito

ẹ̀fọn
yànmù-yánmú

ant

èèrà èèrùn

earth worm

ekòló

maggot

ẹdin

weevil

íràwọ̀ kòkòrò

cockroach

aáyán

house fly
eṣinṣin

eeṣin

bed bug

ìdun

scorpion
àkéèké

butterfly

labalábá

bee

oyin   èbì

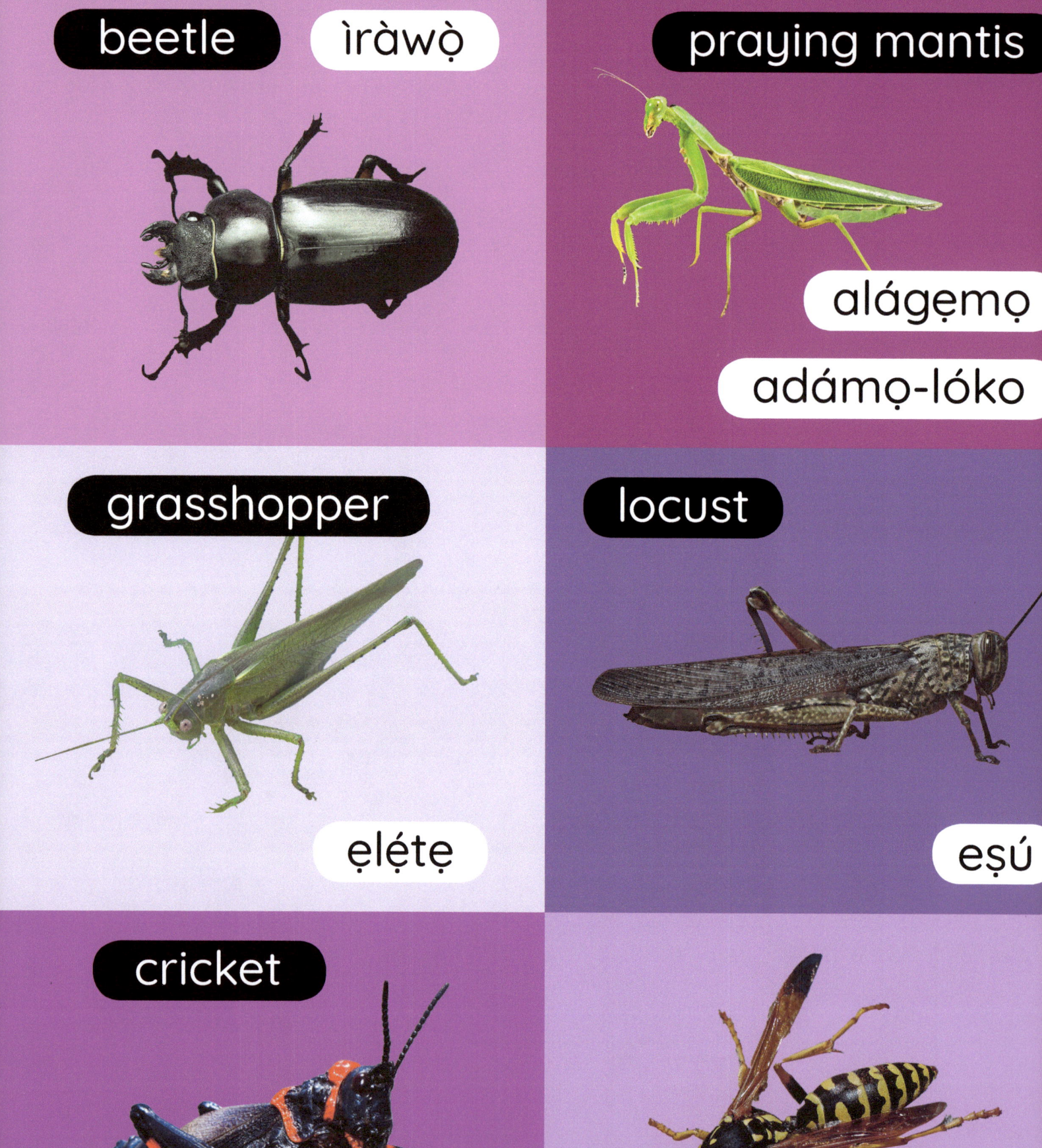

dragon fly  lámilámi	**caterpillar**  ẹ̀din labalábá
millipede  ọ̀kùn	**winged termite**  ikán
centipede  onígba-ẹsẹ̀	**spider**  alá-ntakùn

Reptiles

snail — ìgbín

snake — ejò

lizard — alángbá
aláàmù

python — erè

wall gecko — ọmọ-nílé

kò- nkò

frog àkèré

iguana agílíntí

alángbá amẹ́ríkà

toad ọ̀pọ̀lọ́

tortoise ìjàpá

awun

chameleon

ògà agẹmọn

cobra

ejò ọ́ká

About the Author

Legal practitioner turned writer, Ngozi is the founder of Braz Books and author of some of the world's best bilingual learning books for kids and adults. She hosts a YouTube channel *"Igbo Stories with Ngozi"* where she teaches her native language through story telling.

Ngozi is passionate about the preservation and promotion of indigenous languages through her writing and publishing. Her books have been translated to other Nigerian languages.

To learn more about Ngozi and stay up to date with her latest releases, please visit her website www.ngoziotiaba.com and her YouTube channel.

 Igbo stories with Ngozi

Other books in the series

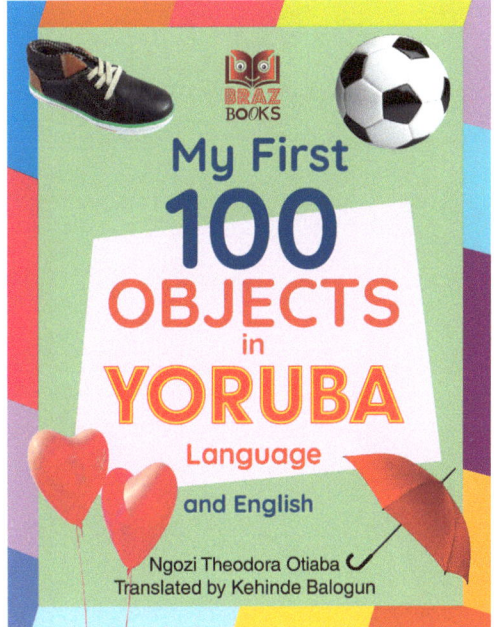

www.ingramcontent.com/pod-product-compliance
Lightning Source LLC
Chambersburg PA
CBHW041709160426
43209CB00017B/1785